RỒNG BAY ĐEM XUÂN TỚI-CON MƠ TRÓNG XE SANG

I ♥ HÀ NỘI

Hà Nội du
guyên liệu khô từ chi thường cao. Sản phẩm
Bia - Rượu - NGK Hà Nội 183 Hoàng Hoa Thái
Tel: 04.38453842 * Fax: 04.384648
CLCS 01: 2005/ Habeco. 2010
www.habeco.com.vn

8936000 440053

Ad
Tel: 04 384538
TCC 01: 2005/ Habe o. 2010
www.hab co.com.vn

H is for Hanoi

Bilingual & Vietnamese

Song ngữ tiếng Anh và tiếng Việt

H là cho Hà Nội

Tác giả: Elizabeth Rush

Minh họa: Nguyễn Nghĩa Cương

By Elizabeth Rush
Illustrations by
Nguyen Nghia Cuong

ThingsAsian Kids

H is for Hanoi

By Elizabeth Rush
Illustrations by Nguyen Nghia Cuong
Translation by Nguyen Phuong Thao
Bilingual English and Vietnamese
Book design by Janet McKelpin
Nguyen Nghia Cuong is represented by Suzanne Lecht,
Art Vietnam Gallery, Hanoi Vietnam.

ThingsAsian Press
San Francisco, California USA
www.thingsasianpress.com

Printed in Hong Kong
ISBN 13: 978-1-934159-42-2
ISBN 10: 1-934159-42-5

ồ Gươm vẫn lung linh mây trời

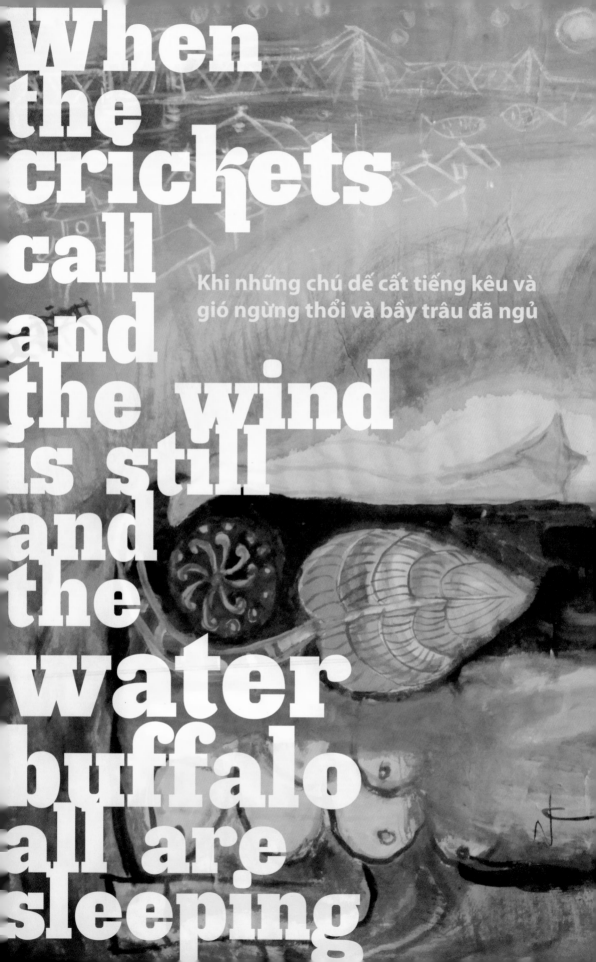

When
the
crickets
call
and
the wind
is still
and
the
water
buffalo
all are
sleeping

Khi những chú dế cất tiếng kêu và
gió ngừng thổi và bầy trâu đã ngủ

become a hundred
birds
and fly up
into
sky.

Những
giấc
mơ của
tôi hóa
thành
một
trăm con
chim
trắng
bay lên
bầu trời
cao

Suddenly
flying too!

Soaring above Hanoi

from rooftop

syrupy smell of

is in the

air.

I am

shipping

to rooftop. The

Hoa Sua flowers

Bỗng dưng tôi cũng bay!
Bay lên trên Hà Nội, từ nóc
nhà này sang nóc nhà kia.
Mùi hoa sữa thơm ngọt trong
bầu không gian

I stop and
sip a
tiny
cup
of coffee
with my friend
Hieu.

Tôi dừng lại và nhâm nhi ly cà
phê nhỏ xíu với anh bạn Hiếu.
Hiếu là họa sỹ cũng như tôi. Anh
thích vẽ những người đàn bà hát.

Rồi thì anh Hiếu
cũng phải đi và tôi
hỏi anh một câu.

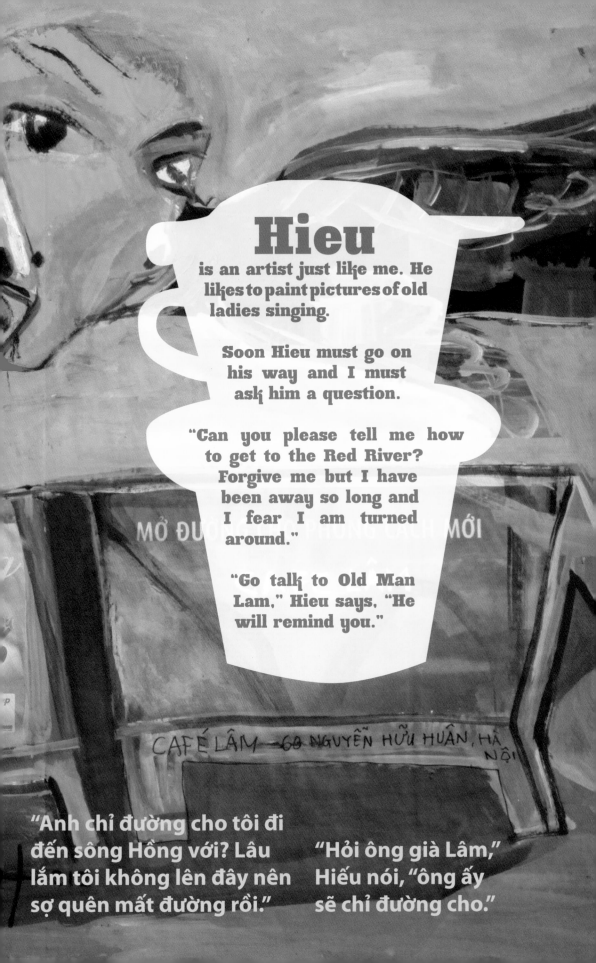

Hieu

is an artist just like me. He likes to paint pictures of old ladies singing.

Soon Hieu must go on his way and I must ask him a question.

"Can you please tell me how to get to the Red River? Forgive me but I have been away so long and I fear I am turned around."

"Go talk to Old Man Lam," Hieu says, "He will remind you."

"Anh chỉ đường cho tôi đi đến sông Hồng với? Lâu lắm tôi không lên đây nên sợ quên mất đường rồi."

"Hỏi ông già Lâm," Hiếu nói, "ông ấy sẽ chỉ đường cho."

It is early and the alleys of the ancient quarter are quiet except for the cake seller' song.

"Banana cakes! Mung bean cakes! Black rice cakes!" he calls.

Buổi sáng sớm trong các ngõ nhỏ trong phố cổ vẫn còn yên tĩnh chỉ có tiếng rao của người bán xôi sáng.

"Bánh chuối! Bánh đậu xanh! Bánh gai đi!" tiếng rao vang lên.

Ở phố hàng Đậu, ông già Lâm đang ngồi ăn cháo và gặm chân gà.

"Ông Lâm ơi," tôi hỏi, "Ra sông Hồng thì đi đường nào?"

"Thay vì hỏi đi đường nào, hỏi từ đâu đến," ông Lâm nói.

au Street, Man eats porridge and chicken feet. Lam

"Ong Lam," I say, "Which way to the Red River?"

"Instead of asking which way, ask where from," Ong Lam says.

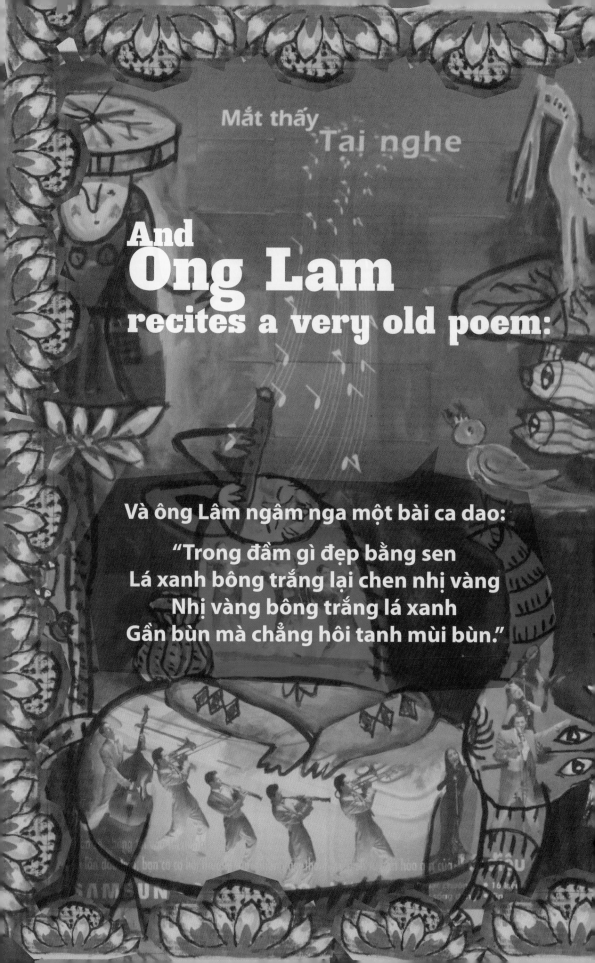

Mắt thấy Tai nghe

And
Ông Lâm
recites a very old poem:

Và ông Lâm ngâm nga một bài ca dao:

"Trong đầm gì đẹp bằng sen
Lá xanh bông trắng lại chen nhị vàng
Nhị vàng bông trắng lá xanh
Gần bùn mà chẳng hôi tanh mùi bùn."

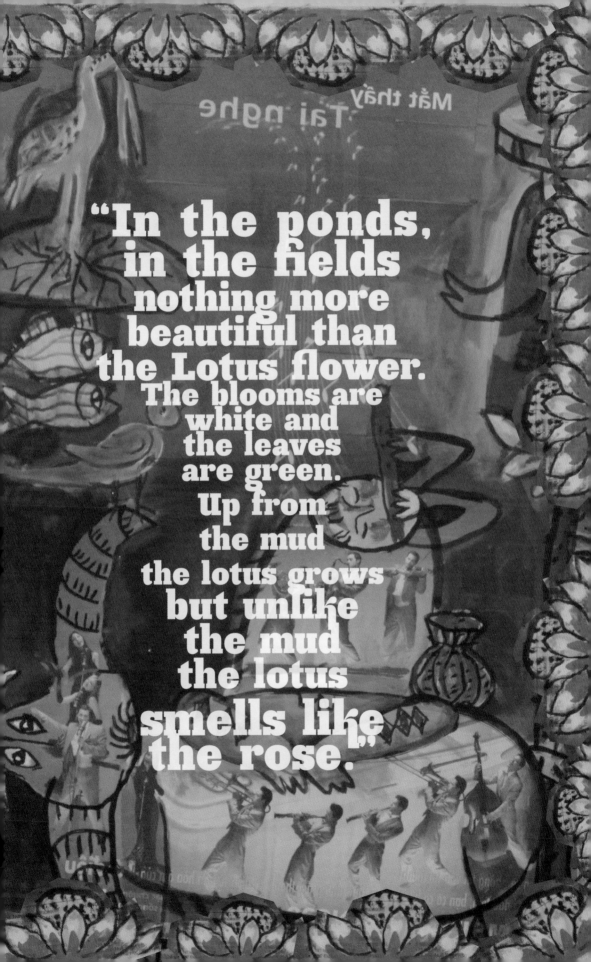

"In the ponds, in the fields nothing more beautiful than the Lotus flower. The blooms are white and the leaves are green. Up from the mud the lotus grows but unlike the mud the lotus smells like the rose."

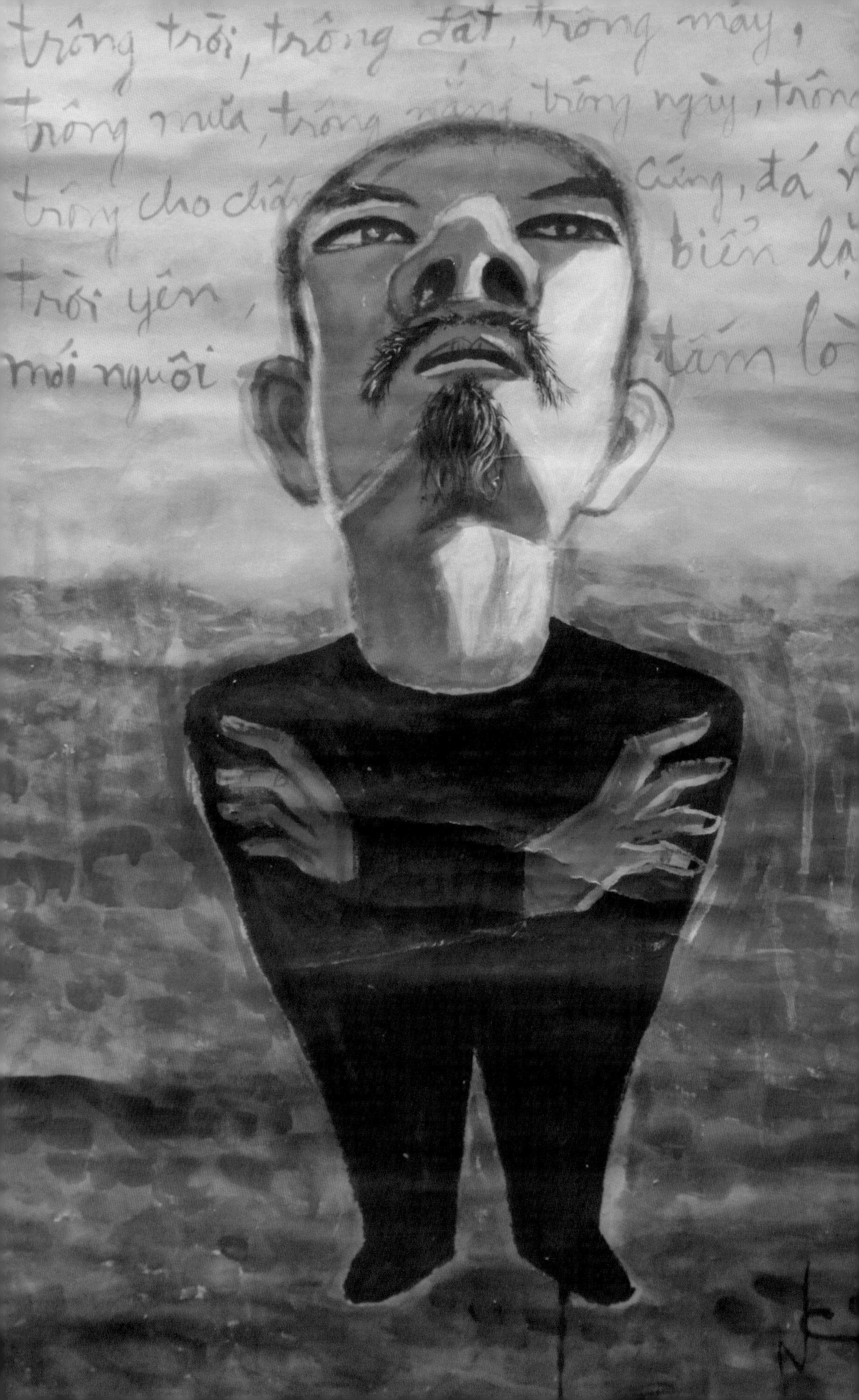

trông trời, trông đất, trông mây,
trông mưa, trông nắng, trông ngày,
trông cho
cứng, đá
biến
trời yên,
mọi người

I look at the sky and think about flowers growing in mud. But still I do not know the way down to the river I love.

Tôi ngước mắt nhìn trời và ngẫm nghĩ về hoa sen mọc trên bùn.

Nhưng tôi vẫn không biết đi đường nào tới được dòng sông tôi yêu.

I stop to ask the guards at the Temple of the Jade Mountain.

Tôi dừng lại hỏi người canh đền ở núi Ngọc.

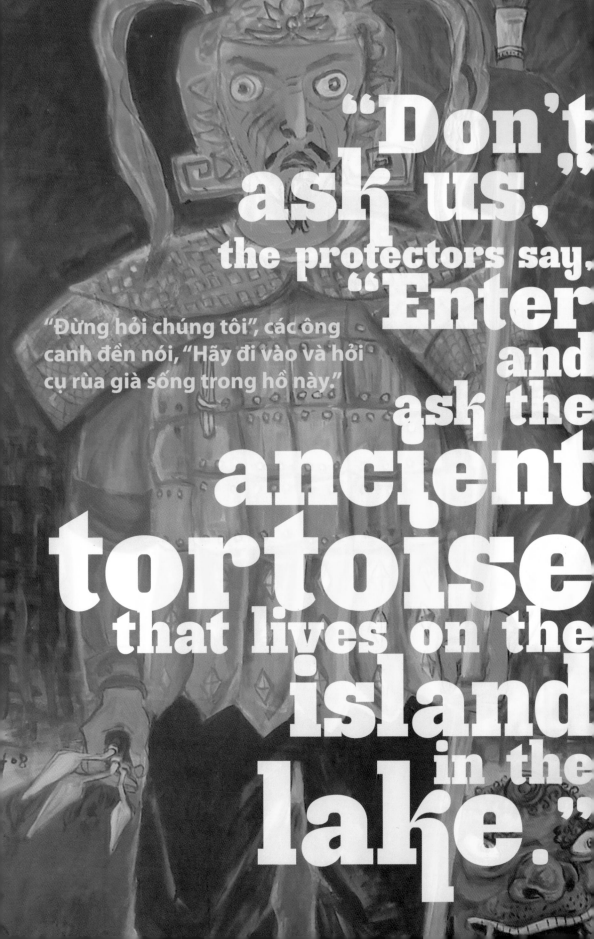

"Don't ask us," the protectors say, "Enter and ask the ancient tortoise that lives on the island in the lake."

"Đừng hỏi chúng tôi", các ông canh đền nói, "Hãy đi vào và hỏi cụ rùa già sống trong hồ này."

I jump off the Jade Mountain
Pavilion and swim out into
Hoan Kiem Lake.

"Oh tortoise god!"
I call out, "Which way
to the Red River?"

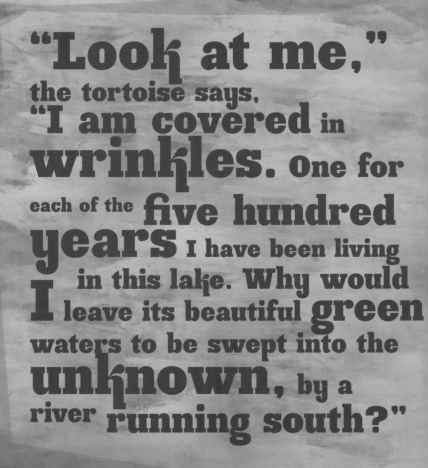

"Look at me,"
the tortoise says,
"I am covered in
wrinkles. One for
each of the five hundred
years I have been living
in this lake. Why would
I leave its beautiful green
waters to be swept into the
unknown, by a
river running south?"

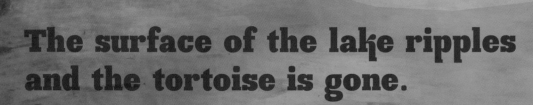

The surface of the lake ripples
and the tortoise is gone.

Tôi nhảy từ đền Ngọc Sơn
xuống hồ Hoàn Kiếm.

"Ôi thần Rùa ơi!" Tôi gọi to,
"Đi đường nào thì đến được
sông Hồng?"

"Hãy nhìn ta này," Rùa nói,
"Người ta đầy vết nhăn. Mỗi
vết nhăn là năm trăm năm ta
sống trong hồ này. Cớ chi ta
lại rời làn nước trong xanh
của hồ này mà theo dòng
sông chảy về phía nam đi tới
một nơi không ai biết đến?"

Thế rồi mặt hồ gợn sóng
và thần rùa biến mất.

a man as old as a pagoda pipes up.

How, oh how, is it possible to be in the heart of **Hanoi,** my favorite city, and not know **the way to** the Red River. I am just about to cry when …

Ôi, làm sao mà tôi lại ở giữa lòng Hà Nội, thành phố mà tôi yêu mến, mà không biết đường ra sông Hồng. Tôi gần như sắp khóc thì …

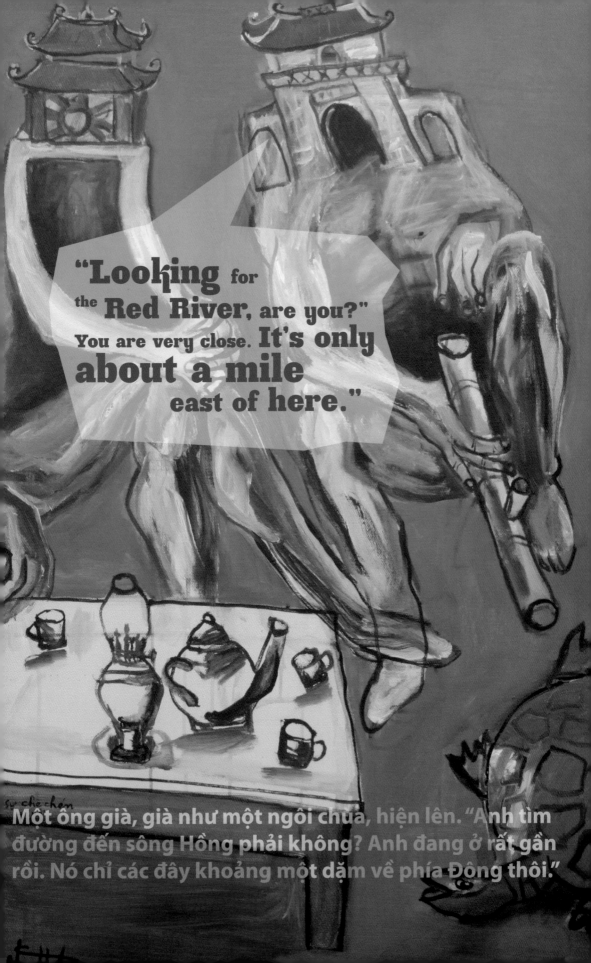

Một dòng xe
máy tràn tới
và tôi nhảy lên
một chiếc.

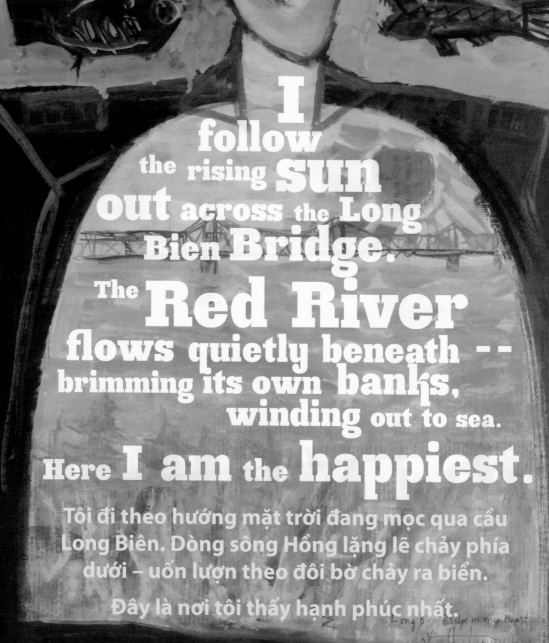

I
follow
the rising sun
out across the Long
Bien Bridge.
The Red River
flows quietly beneath --
brimming its own banks,
winding out to sea.
Here I am the happiest.

Tôi đi theo hướng mặt trời đang mọc qua cầu
Long Biên. Dòng sông Hồng lặng lẽ chảy phía
dưới – uốn lượn theo đôi bờ chảy ra biển.

Đây là nơi tôi thấy hạnh phúc nhất.

Long Bien Bridge in my Heart
Feb, 2012

I look down.
A man floats past.

His feet push the oars.

Tôi nhìn
xuống. Một
người đàn
ông chân
đạp thuyền
lướt qua.

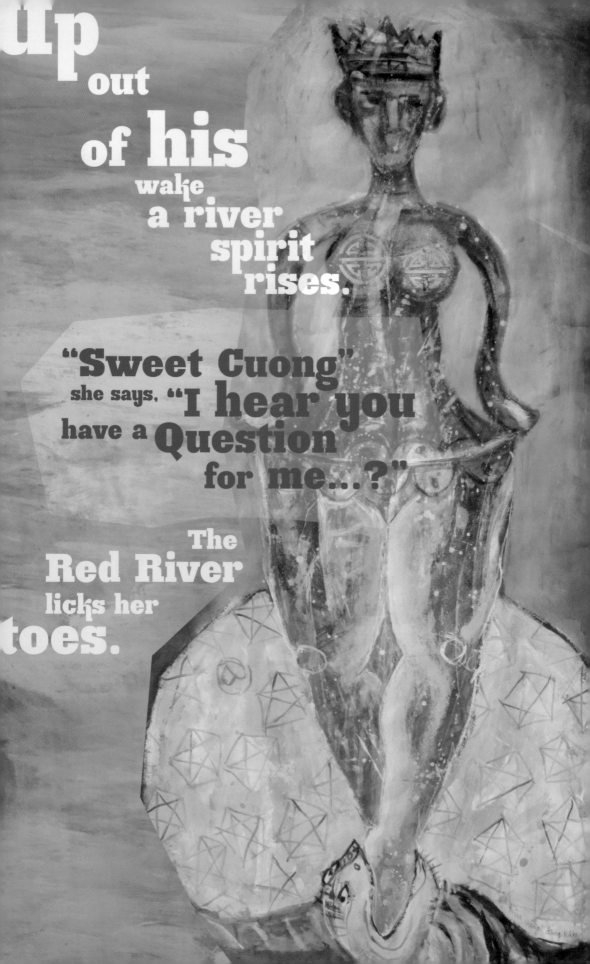

up out of his wake a river spirit rises.

"Sweet Cuong" she says, "I hear you have a Question for me...?"

The Red River licks her toes.

"How do I get home?" I ask.

"Look within," the river spirit says just before she disappears.

Từ giấc ngủ thần sông bừng tỉnh dậy.

"Cương yêu quý," thần nói, "ta nghe nói anh có một câu hỏi dành cho ta …"

Nước sống liếm ngón chân của thần.

"Làm sao tôi về được nhà?" Tôi hỏi

"Hãy nhìn vào bên trong," thần sông nói rồi biến mất.

I open my mouth wide and peer inside

Tôi mở rộng mồm và
ngó vào bên trong.

Mặt trời!
Các vì sao!
Hà Nội,
và cả dòng sông
Hồng nữa!
Cả trăng cũng
có ở trong đó.

The **Sun!**

The **Stars!**

Hanoi,

and the Red River too!

Even the **moon** is there.

A little bird lands on my shoulders.

Một con chim nhỏ đậu lên vai tôi. "Hãy vẽ cái gì bạn nhìn thấy. Vẽ những gì bạn nhìn thấy," con chim cất tiếng hát.

"Paint what you see. Paint what you see." it sings.

Here is what I painted

"Everythi…

we

Đây là những gì tôi đã vẽ.
Tôi gọi là "Ta giữ trong lòng
những gì ta yêu quý"

W.
O.
W.

Ồ. Thật là sâu sắc. Tôi ngồi xuống ăn một bát mỳ và ngẫm nghĩ về mọi chuyện. Mí mắt tôi bắt đầu rũ xuống.

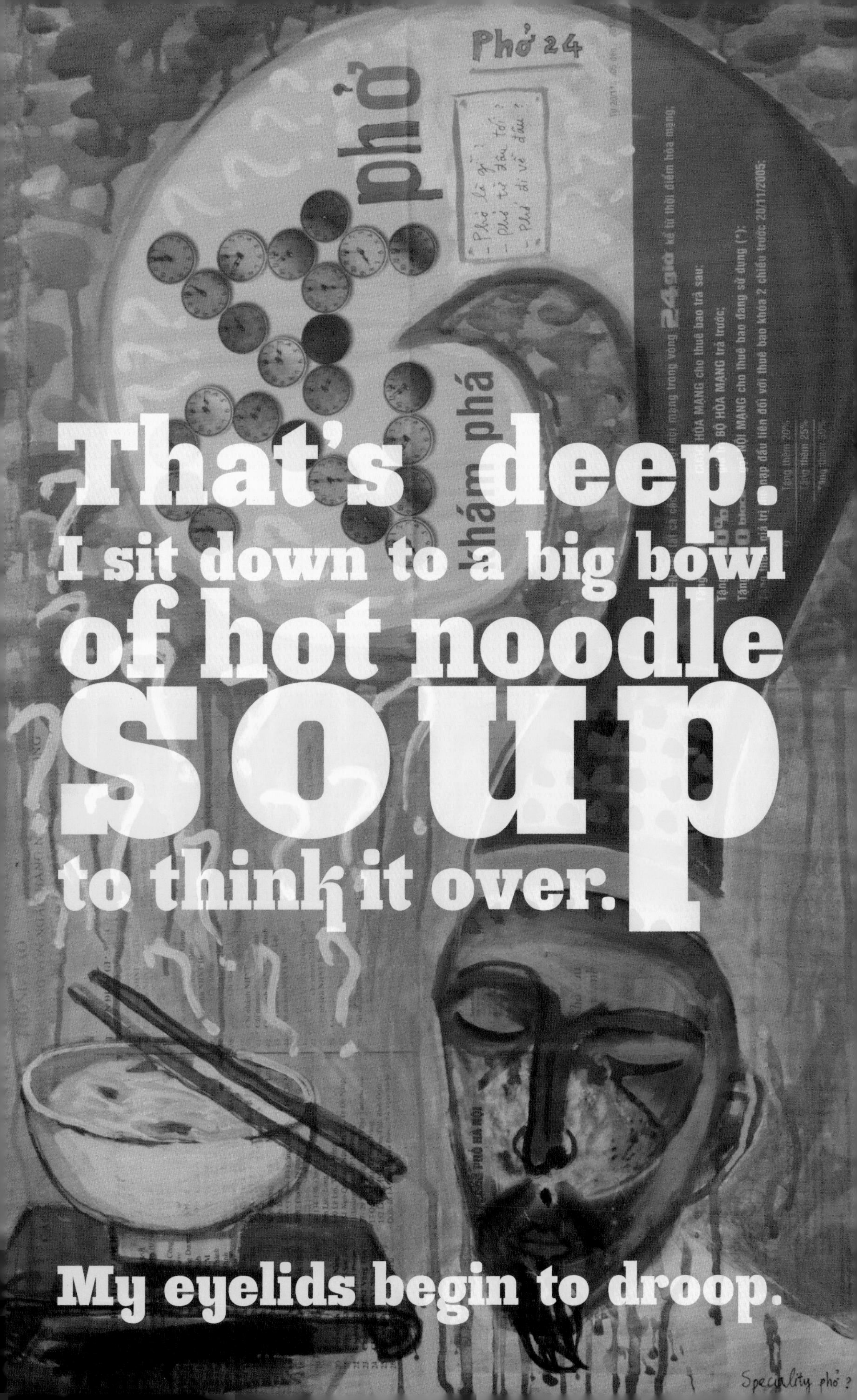

That's deep.
I sit down to a big bowl
of hot noodle
SOUP
to think it over.

My eyelids begin to droop.

Dream Wal

du
Sua

Soon I am

Rồi tôi ngủ thiếp đi.
Tôi bay, bay, bay mãi
lên bầu trời sáng chói.

up,
up,
up into
the
ever-
lightening
sky.

gone.

One last sniff of Hoa Sua flowers on Ba Trieu Street and

Hít một hơi nữa mùi hoa sữa thơm trên phố Bà Triệu và

Tôi bắt đầu tỉnh dậy. Tiếng dế đã lặng đi. Các chú trâu đã bắt đầu động đậy. Bình mình đã đến.

I begin to wake. The crickets are quiet. The water buffalo stir. Dawn is breaking all around.

Elizabeth Rush has collaborated with contemporary artists throughout Southeast Asia for the better half of the last decade. Hanoi won her heart for a number of years. Something about Pho Cuon on Truc Bach lake, motorcycle rides into the highlands, handmade puppets, and hearty Hanoians made her laugh, made her cry, made her stay. Plus giant plastic swan paddle boats! Who doesn't love those? Elizabeth has written for a number of publications including *Granta, Le Monde Diplomatique, frieze, Asian Geographic, Project Freerange,* and *Asian Art News.* Her book, *Still Lifes from a Vanishing City,* a collection of photographs and essays on Yangon, Myanmar is forthcoming with ThingsAsian Press.

Playing with life, playing with paper,

fun loving artist Nguyen Nghia Cuong portrays life at its fullest, richest, poorest, happiest, and quietest. The full range of human expression spills forth with abandon from Cuong's brush. "Whenever I start painting, I think I am flying a kite: it keeps my balance while helping my mind to soar," Cuong says. He has exhibited far and wide, even on the moon!

THINGSASIAN PRESS

Experience Asia Through the Eyes of Travelers

THINGSASIAN KIDS: A WORLD OF STORIES

To children, the world is a multitude of stories waiting to be told. From the moment they can ask "Why," their curiosity is unquenchable and travels beyond all borders. They long to know how other children live, what they eat, what games they play. They become lost in pictures of other countries and as they gaze, their imaginations take them there. Places they learn about become part of their internal landscape and remain there, long after they grow up.

Recognizing the amazing capacity to learn that exists in childhood, ThingsAsian Kids offers nourishment for young imaginations, accompanied by facts that feed young minds. Bilingual texts and vivid illustrations provide an enticing view of other languages, other cities, other parts of the globe. Children who discover ThingsAsian Kids books learn to explore differences and celebrate diversity, while the excitement of the world unfolds before them with every turn of the page.

A knowledge and an understanding of other nations and their cultures has never been as important as it is today. ThingsAsian Kids is dedicated to making books that will help children hold the farthest corners of the world in their hands, in their minds, and in their hearts.

thingsasiankids.thingsasian.com

More Titles from ThingsAsian Press:

M is for Myanmar
By Elizabeth Rush;
Illustrations by Khin Maung Myint
An English-Burmese Bilingual Book

B is for Bangkok
By Janet Brown;
Illustrations by Likit Q Kittisakdinan
An English-Thai Bilingual Book

T is for Tokyo
By Irene Akio
An English-Japanese
Bilingual Book

Nội, Điện thoại: 04. 37236970
Hoàng Hoa Thám, Ba Đình, Hà Nội
24
Lon
330ml
LOVE HÀ NỘ
HABECO
Cans
330ml

RỒNG BAY ĐEM XUÂN TỚI - CON MƠ TRÚNG XE SANG

I ♥ HÀ NỘI

8 936000 440053

Hà Nội đủ...
nguyên liệu khác... có chế biến sao. Sản phẩm
Bia - Rượu - NGK Hà Nội 183 Hoàng... Hà...
Tel: 04.38453842 * Fax: 04.3846454...
TCCS 01: 2005/ Habeco. 2010
www.habeco.com.vn

Adm...
Tel: 04.38453... ...84.04.38454549
TCCS 01: 2005/ Habeco. 2010
...te...//www.habeco.com.vn